Ang Madyik Silya ni Titoy

Kuwento ni **RUSSELL MOLINA**
Guhit ni **MARCUS NADA**

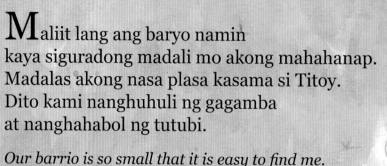

Maliit lang ang baryo namin
kaya siguradong madali mo akong mahahanap.
Madalas akong nasa plasa kasama si Titoy.
Dito kami nanghuhuli ng gagamba
at nanghahabol ng tutubi.

Our barrio is so small that it is easy to find me.
Most of the time, I am at the plaza with Titoy.
Here, we catch spiders and chase after dragonflies.

Pag dumaan ka, ipakikilala kita kay Titoy.
Mabait siya. Palabiro at makulit kagaya ko.
Pambihira ang tawa niya. Kala mo pabo!

When you pass by the plaza, I will introduce you to Titoy.
He is nice. He is such a joker and he is naughty just like me.
When he laughs, he sounds like a turkey!

At alam mo ba...meron siyang madyik silya!
Peksman! Madyik talaga!
Merong dalawang gulong na di nabubutas,
kahit idaan pa sa batong matalas.
Di kailangan ng gasolina, konting tulak lang, aandar na!
Makulay ang upuan nito at kumikinang, ang gara!

Titoy has a magical chair!
I am not kidding. It's really magical!
The chair has two wheels with tires that do not get flat
even when they run over sharp rocks.
The chair does not run on gasoline. All it needs is a push and off it will go!
The seat is quite colorful and it sparkles!

Minsan, sasakay lang kaming dalawa sa madyik silya
at bigla itong nagiging kotse.
"VROOOOM! VROOOOM!
TABI KAYO...TABI KAYOOOOO!!!"
Hiyaw namin habang nakataas ang mga kamay.

Minsan nagiging eroplano ito.
"AEEEEEENG-AEEEEEENG! ANG SARAP LUMIPAD!"

At walang biro, nagiging tren pa ito!
"TOOOOOOOT-TOOOOOOOT!"

Madyik talaga!

Sometimes we ride the magical chair
and, in an instant, it turns into a car!
"VROOOOM! VROOOOM!
GET OUT OF THE WAY...GET OUT OF THE WAAAAAAYYY!!!"
We shout with our hands in the air.

Sometimes, the chair turns into an airplane.
"AEEEEEENG-AEEEEEENG! IT'S FUN TO FLY!"

It can also turn into a train! I am not kidding!
"TOOOOOOOT-TOOOOOOOT!"

It's really magical!

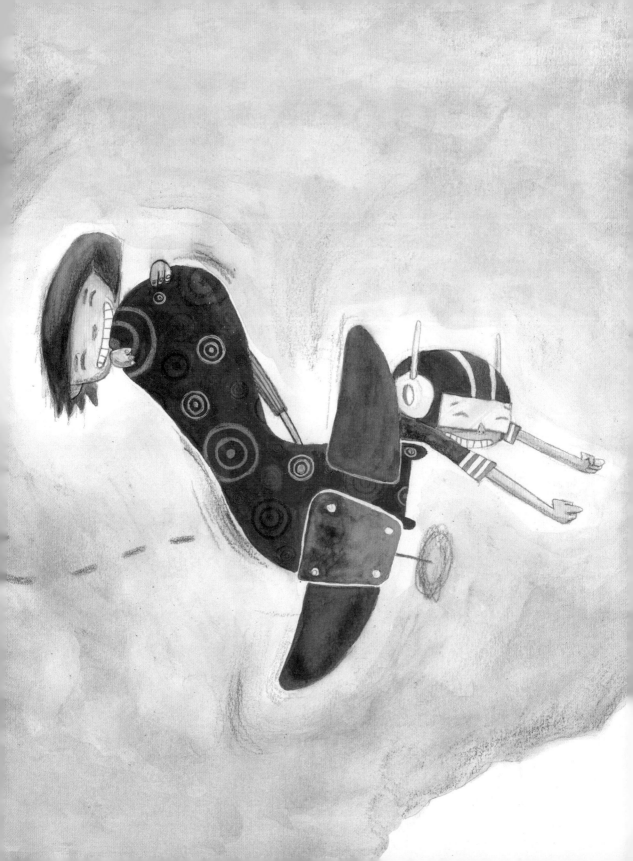

"Hep, hep, hep...sa'n na naman ang punta mo, ha?"
ang laging habol ni Nanay pag patakbo na ako sa labas.
"Diyan lang po, kasama si Titoy," ang lagi ko namang sagot.
"Saang diyan?"
"Sa may buwan po!" sigaw ni Titoy mula sa labas sabay tawa
na parang pabo.

Di alam ni Nanay, pag nakasakay kami sa madyik silya ni Titoy,
kung saan-saan kami nakararating.

"Hep, hep, hep…where are you going?"
Nanay always asks whenever I am on my way out.
"I am going out with Titoy," I usually tell her.
"Going where?"
"We are going to the moon!" Titoy shouts from outside our house
and then chuckles like a turkey.

Nanay does not know that each time we ride Titoy's magical chair,
we get to visit so many interesting places.

Noong isang araw nga,
bumisita kami sa palasyo sa may sapa...
at meron pang parti!
Doon nagkokonsert ang mga kuliglig
habang nagtatambol ang mga palaka.
Rak en Rol pa ang tugtog nila! Galing 'no?

The other day, we visited the palace near the river
and there was a party!
The crickets had a concert
while the frogs played the drums.
Rock and roll music was playing! Isn't that great?

Kahapon nama'y nagpunta kami sa kaharian ng mga tilapya.
Doo'y nagsasalita ang mga isda!
"Ang gara ng silya ni'yo, ha," ang bati ni Haring Pla-Pla.
Gusto sana namin siyang isakay kaya lang mukha siyang malansa.
Inalok na lamang namin sila ng tinapay at nagpaalam na kami.

Yesterday, we went to the kingdom of the tilapia
where the fish could talk!
"Your chair is magnificent," said King Pla-Pla.
We wanted to offer him a seat on Titoy's magical chair but he looked slimy.
Instead, we offered him bread and bid him goodbye.

Marami na kaming napuntahan ni Titoy sakay ng kaniyang madyik silya: mga kuwebang makukulay, mga mansiyon sa gitna ng gubat, at sari-saring lugar na kakaiba. Bibilib ka!

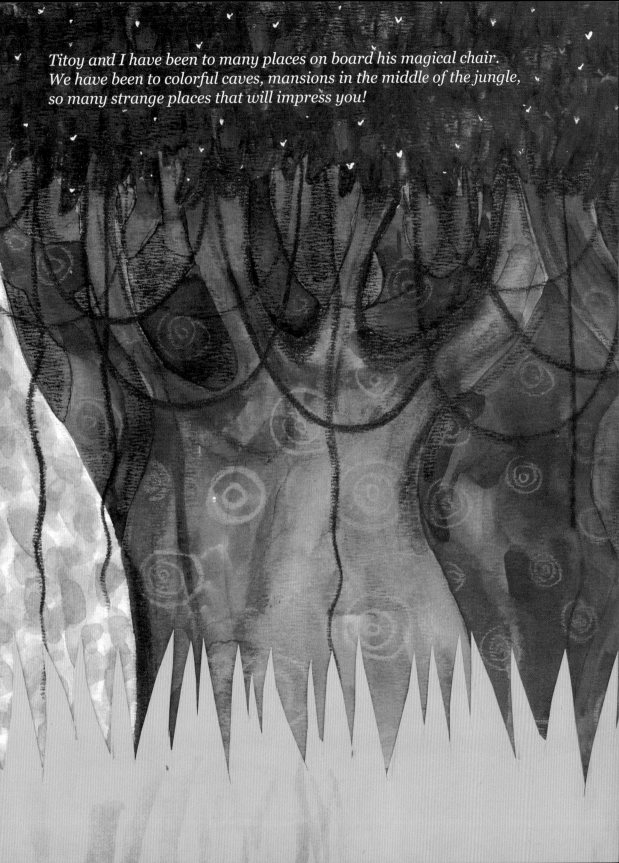

Titoy and I have been to many places on board his magical chair.
We have been to colorful caves, mansions in the middle of the jungle,
so many strange places that will impress you!

Sayang nga at kami lang ang nakapamamasyal.
'Yung ibang mga bata kasi'y ayaw makipaglaro.
Umiiwas sila kay Titoy tuwing dumaraan siya. Nahihiya 'ata.
Pag nasa plasa sila, di nila niyayaya si Titoy magbasketbol.
Di nila pansin ang kotse pag umaarangkada.
Di rin nila rinig ang eroplano at tren.

How unfortunate that it is only Titoy and I who go to these trips.
The other children refuse to play with us.
They avoid Titoy when they see him. They are probably embarrassed.
When they are at the plaza, they do not invite Titoy to join their basketball game.
They do not notice Titoy's car when it runs past
nor do they hear the airplane and the train.

Tanging nakikita nila ay ang anyo ni Titoy. Wala kasi siyang binti.
"Ipinanganak si Titoy na di tulad ng ibang bata," sabi ni Nanay sa akin.
"Kaya para makaparoo't parito siya, kailangan niya ng *wheelchair*."
Oo nga pala, *wheelchair* daw ang tawag sa madyik silya ni Titoy.
"Pero bukod do'n," dugtong ni Nanay, "hindi siya kaiba sa inyo, di ba?"

The only thing they notice is how Titoy is different from the rest of us.
Titoy does not have legs.
"Titoy is unlike other kids," Nanay tells me.
"That is why he needs a wheelchair to move around."
Wheelchair is what they call Titoy's magical chair.
"Apart from that," Nanay adds, "he's not different from you, is he?"

"Tara na! Tara na!" hiyaw ni Titoy mula sa labas.
"Hinihintay na tayo ng prinsesa sa may palayan!"
May bago na naman kaming pupuntahan.
Si Titoy talaga, kahit walang binti, kung saan-saan nakararating.

"Let's go! Let's go!"
 Titoy shouts from outside our house.
"The princess is waiting for us
 in the rice fields!"
 We are off to a new place again.
 This is how Titoy is.
 Even without his legs,
 he gets to visit so many places.

Balang araw, makabibisita rin ang ibang mga bata kay Haring Pla-Pla.
Maririnig din nila ang tugtugan sa sapa.
Balang araw ay makikita nilang walang ipinag-iba si Titoy sa kanila
at mahahanap din nila ang aking nakita…isang kaibigan.

"VROOOOM! VROOOOM! Tabi kayo! Tabi!"
"AEEEEEENG-AEEEEEENG!"
"TOOOOOOOT-TOOOOOOOT!"

One of these days, the other kids will be able to visit King Pla-Pla.
They will hear the music playing near the river.
One of these days, they will realize that Titoy is no different from them.
They will discover what I have found in him…a friend.

"VROOOOM! VROOOOM! Move! Out of our way!"
"AEEEEEENG-AEEEEEENG!"
"TOOOOOOOT-TOOOOOOOT!"

Dumaan ka sa plasa. Dito mo kami makikita.
Nanghuhuli ng gagamba. Nakikipaghabulan sa tutubi.
Nakasakay sa madyik silya.

Come to the plaza. This is where you will find us
catching spiders, chasing after dragonflies,
and riding a magical chair.

Mga Espesyal na Bata

Lahat ng bata ay may kani-kaniyang kahusayan, kahinaan, at pangangailangan. Ngunit, may mga batang nasa mas sensitibong mga sitwasyon kaya't nangangailangan sila ng ibayong pag-aaruga at pang-unawa. Sila ang mga *special children*. Narito ang ilang halimbawa ng pagiging espesyal:

Blind and Visually Impaired

Sila ang mga ipinanganak na bulag, mga unti-unting nabulag, o may mga problema sa paningin.

Deaf and Hearing Impaired

Sila ang mga ipinanganak na bingi, unti-unting nabingi, o may mga diperensiya sa pandinig.

Cleft Lip and Palate

Sila ang may biyak sa labi o sa itaas na bahagi ng bibig dahil sa hindi maayos na pagbuo nito habang nasa sinapupunan.

Musculoskeletal Disorders

Sila ang mga dumanas ng *amputation*—pagkaputol ng bahagi ng paa o kamay, *scoliosis*—pagkakaroon ng pahalang na kurbada sa gulugod, at iba pang sakit sa kalamnan at buto.

Neurological Disorders

Sila ang mga may problema sa nerbiyos tulad ng *cerebral palsy* at *epilepsy*.

Cognitive Disabilities

Sila ay may mas mabagal na pag-unlad ng utak tulad ng may *mental retardation* at *Down Syndrome*.

Communication Disorders

Sila ang mga *late-talkers* o matagal bago nakapagsasalita, may *aphasia* o may problema sa pagbabasa, pagsusulat, at pagsasalita.

Learning Disabilities

Sila ang mga may *Attention Deficit Hyperactivity Disorder* (ADHD), *dyslexia*, at iba pang problema sa pagproseso ng impormasyon.

Adarna House
Sagisag Pangkalakal ng Adarna House, Inc.

Unang limbag ng unang edisyon, 2002
Unang limbag ng ikalawang edisyon, 2006
Unang limbag ng ikatlong edisyon, 2011
Ikapitong limbag ng ikatlong edisyon, 2016

Gawa at limbag sa Filipinas
Inilathala ng Adarna House, Inc.

Kuwento ni Russell Molina
Guhit ni Marcus Nada

ISBN 971-508-142-8 7298 1698 5/18

Para sa mga puna at mungkahi, tumawag sa Adarna House
sa telepono blg. 352-6765, sumulat sa 109 Scout Fernandez
kanto ng Scout Torillo, Brgy. Sacred Heart, Lungsod Quezon,
o kayâ mag-e-mail sa kaibigan@adarna.com.ph.